இப்படிக்கு ஏவாள்

இப்படிக்கு ஏவாள்
சுகிர்தராணி (பி. 1973)

இராணிப்பேட்டை மாவட்டம் இலாலாப்பேட்டை அரசினர் மேல்நிலைப் பள்ளியில் தமிழாசிரியராகப் பணிபுரிகிறார்.

மின்னஞ்சல் : sukiertharani@yahoo.co.in

ஆசிரியரின் பிற நூல்கள்

- கைப்பற்றி என் கனவுகேள் (2002)
- இரவு மிருகம் (2004)
- அவளை மொழிபெயர்த்தல் (2006)
- தீண்டப்படாத முத்தம் (2010)
- காமத்திப்பூ (2012)
- நீர் வளர் ஆம்பல் (2022)
- சுகிர்தராணி கவிதைகள் 19962016 (2022)

சுகிர்தராணி

இப்படிக்கு ஏவாள்

காலச்சுவடு பதிப்பகம்

அன்பார்ந்த வாசகருக்கு,

வணக்கம்.

காலச்சுவடு நூலை வாங்கியமைக்கு நன்றி.

நூலின் உள்ளடக்கம், உருவாக்கம், அட்டைப்படம் என்ற பிற அம்சங்கள் பற்றிய உங்கள் கருத்துகளையும் ஆலோசனைகளையும் காலச்சுவடு வரவேற்கிறது. தகவல், எழுத்து, வாக்கியப் பிழைகள் தென்பட்டால் அவசியம் தெரிவித்து உதவுங்கள். நூல் தயாரிப்பில் கடும் குறைபாடு இருப்பின் மாற்றுப் பிரதி உங்களுக்குக் கிடைக்கக் காலச்சுவடு ஏற்பாடு செய்யும்.

மின்னஞ்சல்: publisher@kalachuvadu.com

காலச்சுவடு நாகர்கோவில் அலுவலகத்திற்குக் கடிதம் அனுப்பலாம்.

தங்கள்
எஸ்.ஆர். சுந்தரம் (கண்ணன்)
பதிப்பாளர் – நிர்வாக இயக்குநர்

இப்படிக்கு ஏவாள் ◆ கவிதைகள் ◆ ஆசிரியர்: சுகிர்தராணி ◆ © சுகிர்தராணி ◆ முதல் பதிப்பு: மே 2016, ஏழாம் பதிப்பு: டிசம்பர் 2024 ◆ வெளியீடு: காலச்சுவடு பப்ளிகேஷன்ஸ் (பி) லிட்., 669, கே.பி. சாலை, நாகர்கோவில் 629001

ippaTikku eevaaL ◆ Poems ◆ Author: Sukirtharani ◆ © Sukirtharani ◆ Language: Tamil ◆ First Edition: May 2016, Seventh Edition: December 2024 ◆ Size: Demy 1 x 8 ◆ Paper: 18.6 kg maplitho ◆ Pages: 72

Published by Kalachuvadu Publications Pvt. Ltd., 669, K.P. Road, Nagercoil 629001, India ◆ Phone: 91-4652-278525 ◆ e-mail: publications@kalachuvadu.com ◆ Printed at Adyar Students xerox Pvt. Ltd., No. 275 Habibullah Road, Triplicane high Road, Opp Triplicane Post Office, Triplicane, Chennai 600005

ISBN: 978-93-5244-041-2

12/2024/S.No. 718, kcp 5505, 18.6 (7) 1k

என் சாம்பல் பறவைக்கு

நன்றி

காலச்சுவடு

நுணுக்கமான வாசிப்பு, மெய்ப்பு நோக்கல் மூலம்
கவிதைகளைச் செழுமைப்படுத்த உதவிய அனிதா N ஜெயராம்

புதுவை இளவேனில்

கவிஞர் மகுடேசுவரன்

பொருளடக்கம்

பேருருவானவள்	11
ஆதிநிலம்	12
காடென்பது காடல்ல	13
கூடையும் பறவை	14
பல் பிடுங்கப்பட்ட வாழ்க்கை	15
உயிர் மெய் ஆன்மா	16
பற்படா யாக்கை	17
உயிரூட்டுதலின் கடவுள்	18
உதடுகளின் பச்சோந்தி	19
நூற்றாண்டுகளின் ஒற்றைக் கேள்வி	20
ஆதியின் ஆத்ம விதை	21
கோடையின் பனித்துளி	22
தேவதைகள் சாட்சியாவதில்லை	23
கடலாகி நிரம்புதல்	24
ஆட்டுக்குட்டியின் மயிர்	25
என் கண்மணியே இசைப்பிரியா	26
பாழாய்ப்போன முத்தம்	27
தானாக உதிரும் தொப்புள்கொடி	28
ஆகச் சிறந்த காதல்	29
ஒளிகொடாச் சூரியன்	30
கொலையும் செய்வாள் பறச்சி	31
பச்சை இரத்தம்	32
காமத்தின் நிறம்	33
இரவில் நீந்தும் மீன்	34
கைவிடப்பட்ட கல்லறை	35

பலியிடப்பட்ட காதல்	36
ஆன்மாவும் சரீரமும் வெவ்வேறானவை	37
அப்பாக்களைக் கொன்று விடலாம்	38
பரிதி நிறம் மாறப் போவதில்லை	39
குவளை நிறைய முத்தம்	40
முதுகின் மேலொரு சேரி	41
அகாலத்தில் ஆரம்பிக்கும் தேடல்	42
இப்படிக்கு ஏவாள்	43
உபரிச் சொற்கள்	44
புணர்தல் நிமித்தம்	45
கொலை பார்க்கும் நிலம்	46
கண்களால் சமாதானம் செய்	47
பாழாய்ப்போன ஆதாம்	48
காலராட்டினத்தில் வந்திறங்கியவள்	49
உடல் மீதூறும் பூச்சி	50
ஐம்பொறி அற்றவன்	51
ரொட்டித்துண்டும் பிசையப்பட்ட கனியும்	52
முத்தத்தால் சாய்த்தல்	53
நான் அப்பாவின் மகள்	54
என் கவிதை	55
கனி கொடாத முதல் மரம்	56
கழிபெரும் காமம்	57
இரக்கமற்ற பெருங்கருணையின் சட்டம்	58
இப்படியே இருக்கட்டும் இந்த இரவு	60
ஒருசோடி செருப்பு	61
ஓராயிரம் துளைகள்	62
அவனை அருந்துதல்	63
அம்மாவின் வானம்	64
வீடு திரும்புதல்	65
நீ நான் கவிதை	66
ஆறு என்பது என் பெயர்	67
அன்புக்குப் பிந்தைய அன்பு	68
பெண்பாற் கூற்று	70

பேருருவானவள்

அதைத்தான் நானும் சொல்கிறேன்
வெண்மையாய் உறைந்திருக்கும் முகட்டின்
அடிவாரத்தில் பயிரிடப்பட்டிருக்கும்
துலிப் மலர்களைக் காவல்காப்பவள் நானில்லை
கூண்டிலடைக்கப்பட்ட பறவைகளுக்கு
இடுக்கு வழியாக உணவு தருபவள் நானில்லை
நான் வேறு என் சொற்கள் வேறு
என் நினைவுகள் வேறு எண்ணங்கள் வேறுவேறு
அதைத்தான் நானும் சொல்கிறேன்
உதிப்பதிலிருந்து சூரியனைப் பார்க்கிறேன்
இரத்தச் சிவப்பு முகத்தில் தெறிக்கும்வரை
அந்தியை விழுங்குகிறேன்
என் செய்கைகள் வேறானவை
என்னிடம் தேட வேண்டாம்
தேடல்களின் தேவை எவையுமற்று
பருத்த தண்டுடைய பெருமரமாய் நிற்கிறேன்
என் வனம் மலையோடு கிடப்பது
என் மழை அவை கூடிக் கிடைப்பது
அதைத்தான் நானும் சொல்கிறேன்
அறிந்து வீசப்படாத முலைகளென
அன்பும் நேசிப்பும் கசிகின்றன
நான் வேறானவள்
குழந்தையைப்போல அணைத்துக்கொள்கிறேன்
நானே பூக்கிறேன் பறித்துக்கொள்
என் கிளைகளில் வாசம் செய்
உன் மகிழ்வின் எச்சம் உரமாகட்டும்
வா
பிரமாண்டம் பேருருக் கொள்வதில்லை
எப்போதும்.

இப்படிக்கு ஏவாள்

ஆதிநிலம்

ஊமத்தையாய்ப் பூத்திருந்த பகலின் மார்பு
சற்று வெம்மையாய் இருந்தது
மண் நிரப்பப்பட்ட சாலையில்
மகளோடு நடந்துகொண்டிருந்தேன்
நேற்றவள் முத்தமிட்டதன் பற்கடிப்பில்
காலடியில் கடக்கும் ஓர் ஆறென
அன்பு வழிந்து ஓடியது
உரையாடியபடி நாங்கள் நடக்கையில்
வண்டுகளின் ரீங்காரத்தைக் கூட்டி வருவாள்
ஒரு பட்டாம்பூச்சி வண்ணமுதிர்த்துச் செல்லும்
நான்தான் ஆரம்பித்தேன்
அம்மாவின் முலைகள் பற்றிச் சொல்லேன்
மழைதரும் மலைகள் அவை என்றாள்
முதிர்ந்த இலையின் நரம்பென
பிரசவத் தழும்புகள் பிணையும்
அடிவயிற்றைப் பற்றிச் சொல்லேன்
தோண்டித் தீர்த்தாலும்
உயிர்களை முளைக்க வைக்கும்
ஆதிநிலம் அது
புயலில் சிக்கிய பூவாய் நைந்திருக்கும்
நீ வெளிப்பட்ட இடம் பற்றிச் சொல்லேன்
பிரபஞ்சத்தின் ஊற்றுக்கண் அது
சொல்லிக் கொண்டிருந்தவள்
ஆடையோடு சேர்த்து
அவ்விடத்தை முத்தமிடுகிறாள்
மெதுவாக மலர்கிறதென் கருப்பை.

காடென்பது காடல்ல

காடு காடெனவே இருக்கும் காடொன்றில்
ஆதியிலிருந்து என் பெருவாழ்வு
காட்டுக்குள் நீண்டிருக்கும் பாறையிலிருந்து
ஆடையற்றுக் குதிக்கும் காட்டாற்றின் பேரோசை
நிறைத்துக் கொண்டிருக்கிறது வெளியை
வெளிச்சம் படாத என் தோலில்
தேமலின் வாசம் வீசுகிறது
நூற்றாண்டு கால ஈரத்தில்
உறங்கிக் கொண்டிருக்கும் சருகுகளில்
சுழன்றடிக்கிறது பிறப்பு வாசனை
வெட்டியெடுக்கப்படாத நிலக்கரியென
நின்றிருக்கும் கொன்றை மரங்களில்
வழிகிறது பச்சை வாசனை
முல்லையும் தோன்றியும்
பூத்துப் பூத்துக் கொட்டுகின்றன
அவற்றின் மணம்
முத்தமிடுதலின் எச்சிலை ஒத்திருக்கிறது
குறுக்கிட்டு ஓடுகிற முயலும் மானும்
மெல்லிய தூபத்தை நினைவூட்டிச் செல்கின்றன
சட்டெனக் கடந்துபோகும் காட்டுக்கோழியின்
உதிர்ந்துபோன இறகு வாசனை
குழலின் இசையென மயக்குகிறது
செடிகளில் தொற்றியிருக்கும் பழங்கள்
ஒவ்வொரு கணமும்
கூடலின் வாசத்தை நினைவுறுத்துகின்றன
அப்போது நீ காட்டினுள் நுழைந்து
காட்டிலிருந்து வெளியேறுகிறாய்
அத்தனை வாசனைகளும்
நிறம் மாறுகின்றன உன் ஒற்றைவாசமாய்.

இப்படிக்கு ஏவாள்

கூடையும் பறவை

இலைகள் உதிரத் தொடங்கும்
மரத்தின் கிளையில் அமர்ந்திருக்கிறேன்
சூரியன் தன்னைத் தீயிட்டுக்கொள்ளும்
கோடைகாலம் இல்லை இது
என்றாலும்
சிவப்பும் மஞ்சளுமாய்ப் பூக்கும்
வசந்த காலத்தை ஒத்தது இப்பருவம்
இளம்பெண் ஒருத்தியின்
முதல் தூமையைப்போல
மெல்ல கண்களைத் திறக்கிறேன்
எதிர்நிற்கும் உன் கண்களில்
அசைவாடுகின்றன என் சிறகுகள்
இரையை ஊட்டுகிறாய்
வாய்பிளந்து உனதன்பினை விழுங்குகிறேன்
உப்பு கலந்த கடற்காற்றென
பிசுபிசுப்புடன் அணைத்துக் கொள்கிறாய்
பறந்து பறந்து கீழே வீழ்கையில்
கவ்விக் கொள்கிறாய் ஒரு தளிரென
இரைதேடி
நான் கிழக்கு நோக்கிப் பறப்பதைப்
பூரிப்புடன் பார்க்கிறாய்
கோடைகாலம் வந்துவிட்டது மறுபடியும்
என் நிழலில் இளைப்பாறும்
உன் நினைவின் நதி வற்றிவிட்டது
கூரிய நகங்கள் உடைந்துபோயின
பறத்தலை மறந்த உன் இறகுகள்
ஒவ்வொன்றாக உதிர்வதை
இரத்தம் வழியப் பார்க்கிறேன்
அம்மா நீயின்றி
எந்தக் கூடையும் இப்பறவை.

சுகிர்தராணி

பல் பிடுங்கப்பட்ட வாழ்க்கை

முதிராக் கனியின் தோலென
இறுக்கமாய் ஆடை அணிந்திருக்கும்
பெண்ணொருத்தி
தளர்ந்திருக்கும் கயிற்றின்மேல் நடக்கிறாள்
சிறுகுன்றின்மீது ஊன்றப்பட்ட
உயிருள்ள சிலுவையென
விரிந்திருக்கும் அவள் கைகளில்
நீண்டிருக்கும் மூங்கில் அசைவற்றிருக்கிறது
அவள் வாய் ஒருமிடறு புளிப்பு நீருக்காக
உலர்ந்திருந்தாலும்
மூடிய உதடுகளிலிருந்து
கரையானென வெளியேறுகிறது புன்னகை
ஒவ்வொரு அடியாக நடக்க நடக்க
சமநிலைத் தவறி ஆடுகிறது வாழ்க்கை
ஏந்தியிருக்கும் கழியின் இருபுறமும்
தீராத துக்கமும்
ஒருபோதும் காணப்படாத கனவுகளும்
தொங்கிக் கொண்டிருக்கின்றன
தொலைதூரத்தை வெறித்திருக்கும் கண்கள்
அடிவானத்தின் நட்சத்திரத்தை உறிஞ்சுகின்றன
பாதங்களை நீளமானச் சக்கரங்களாக்கி
நடக்கத் தொடங்கும் அவள்மீது
நாணயங்களின் கற்களை வீசுகிறார்கள்
சேகரித்து உறங்குமவள் தலைமாட்டில்
பல் பிடுங்கப்பட்ட பாம்பென
சுருண்டிருக்கிறது வாழ்க்கை.

உயிர் மெய் ஆன்மா

உதடு குவிப்பிலிருந்து
வெளியேறும் முத்தத்தைப் போல
நாம் சந்தித்துக்கொண்ட
அன்றைய இரவு இருந்தது
கொஞ்சம் உவர்ப்பு கொஞ்சம் இனிப்பு
எதிரெதிர் இருக்கைகளில் அமர்ந்திருக்கிறோம்
நமக்கிடையே இடைவெளி இருந்தது
ஆயினும்
யாசகம் இல்லை இறைஞ்சுதல் இல்லை
வாய்ச்சொற்கள் எவையுமில்லை
வெளியேறத் தெரியாமல் திகைத்து நிற்கும்
காற்றின் ஓசை மட்டும் அவ்வறையில்
படபடத்துக் கொண்டிருக்கும் கண்களில்
ஒரு சலனப்படம் நிகழ்ந்து கொண்டிருந்தது
துயரங்களின் வலிநிவாரணியென அன்பை
சேமித்து வைக்கும் இடமறியாது
சட்டெனப் பொழிந்துவிடுகிறது
நம் இதயங்களின் கருமேகம்
அப்படி என்னதான் இருந்துவிட முடியும்
நரம்புகள் முடிச்சிட்டுக் கிடக்கும்
அந்தக் கண்களுக்குப் பின்னால்
பாடம் செய்யப்பட்ட சித்திரமென
நம் உருவங்கள் உறைந்திருப்பதைத் தவிர
அந்த இடைவெளி இருக்கட்டும் அப்படியே
அந்தக் குளத்தில்
நமதன்பின் குஞ்சுகள் நீந்தட்டும்
கனிந்த விடியற்காலையில்
மனங்கள் பிணைந்து கிடப்பதை
நம் உடல்கள் கண்ணுறுகின்றன
சடசடத்து எரியும் தன் சடலத்தை
அருகிருந்து பார்க்கும் ஓர் ஆன்மாவென.

பற்படா யாக்கை

பகல்சூல் இருட்டு
நன்பிச்சிக் கமழும்
நற்விதை முளைக்காத
மணல்குவி பாலையில்
ஊன் உருக்கி
உயிர் பெருக்கி
சகல உயிர் இரைச்சல்
வெளியின் வெளியேயும் குடைய
கடுநெஞ்சத்தில் ஊடுருவிய
அதிகபட்ச பருவரேகையின்
நற்கருணைப் பேரேடு
என் பற்படா யாக்கை.

உயிரூட்டுதலின் கடவுள்

கைவிடப்பட்ட கட்டடத்தின் சுவரோரம்
அவன் வாழ்ந்து கொண்டிருக்கிறான்
பாசிபடர்ந்த சுவர் அவனது நிலம்
கரியின் மந்திரக்கோல் கொண்டு
விதையை ஊன்றுகிறான்
காலத்தின் ஒற்றையடிப் பாதையை
நான்காய் மடித்தாற்போல
ஒற்றைக் கணத்தில் முளைக்கிறது செடி
பின் கிளைத்துப் பரப்புகிறது நிழலை
அவன் கண்களிலிருந்து ஒழுகும்
ஞானத்தின் ஒளியில்
பறவைகள் பறந்துவந்து அமர்கின்றன
இலைகளில் பச்சையத்தைக் கூட்டுகிறான்
மனம் விரல்வழியே இறங்கி வழிய
கையளவுச் சூரியனையும்
பூவின் சூலென நிலவையும் வரைகிறான்
பின்பு வழித்தெடுத்த நாவின் நீலத்தை
வானமென பின்னால் பரப்புகிறான்
இதயத்தின் தசையெடுத்து
ஓடும் அணிலுக்கு உயிரூட்டுகிறான்
அவன் உமிழ்நீர்க் குளத்திலிருந்து
பெருகுகிறது ஒரு நதி
கருத்த தோலிலிருந்து வெண்ணிறத்தில்
பட்டாம்பூச்சிகள் உதிர்கின்றன
உயிருள்ள அவ்விடத்திலிருந்து
திகைத்து நிற்கும் என்னைப் பார்க்கிறான்
கொஞ்சங்கொஞ்சமாய்
உயிர்ப்பற்றுப் போகிறது எனது நிலம்.

உதடுகளின் பச்சோந்தி

இலைகள் பழுத்து உதிரத் தொடங்கும்
கோடை காலத்தில்
வியர்வை அரும்பாத உன் உதடுகளை
என்ன செய்யப் போகிறாய்
நீர்மட்டத்தில் எட்டிப் பார்க்கும் சிறுமீனென
நீ வாய் திறக்கையில்
உரசி வெளியேறும் காற்றாய் மாறுகிறேன்
சுடுமணலின் பாதிரிப் பூவாய்
இதழ் விரித்துப் பேசும்போது
காதலின் பொரித்தெடுத்த சொற்களாகிறேன்
வெடித்து விதை பரப்பும் செடியின் ஓசையாய்
நீ புன்னகைக்கும் தருணத்தில்
அதிர்வுறும் கைப்பிடி அணுவாகிறேன்
தூரத்தில் ஒலிக்கும் பறவையின் இசையென
நீ பாடுகையில்
உன் தொண்டைக்குழியின் மிடறாகிறேன்
இரவின் கை பட்டதும்
வெட்கமுறும் தாமரையின் செவ்விதழ்களென
நீ உதடு குவிக்கையில்
சத்தமின்றிப் பிறக்கும் முத்தமாகிறேன்
இரவு தூங்காதிருக்கும் இரவுகளில்
வேட்டையாடிக் களைத்த விலங்கென
நீ உறங்கிப் போகையில்
உன் இதழ்களுக்கிடையே
அழுந்திக் கிடக்கும் மௌனமாகிறேன்
சர்வகாலமும் உன்னைப் பின்தொடர்கின்ற
உனதிரு உதடுகளின் பச்சோந்தி நான்.

நூற்றாண்டுகளின் ஒற்றைக் கேள்வி

தலைசாய்த்து நீரருந்தும்
சிறு பட்சியைப்போல
வீட்டின் முற்றத்தில்
அமர்ந்திருந்த அப்பாவிடம் கேட்கிறேன்
நீர்நாயின் நனையாத தோலென
மினுமினுக்கின்றன அவர் கண்கள்
உள்ளுக்குள் உடைப்பெடுத்தாலும்
காட்டிக்கொள்ளாமல் நிற்கிறேன்
உடலின் குப்பியில் விஷத்தை இட்டாற்போல
வலி பெருகுகிறது
உள்ளங்கையை முறமாக்கி
சலித்தெடுத்த மண்ணை
ருசி பார்த்த காலந்தொட்டே
கேட்டுக்கொண்டிருக்கிறேன்
பதில் சொல்வாரில்லை
ஓட்டுப் போட்ட சக்கரமென
தும்பியைப் பிடித்துக் களித்த பருவத்திற்கு
உருண்டோடுகிறது அவர் மனம்
வலி பிசகாமல்
அவரும் அவரப்பாவிடம் கேட்டது
நினைவிலாடும் போலிருக்கிறது
அப்பாவும் அழுகிறார் நானும் அழுகிறேன்
இதயத்தின் ஒற்றைக் கப்பியில் கட்டப்பட்ட
கேள்வியின் ஊஞ்சல்
காலத்தின் இருபுறமும் சென்று வருகிறது
பதிலின்றி பதில்சொல்வார் எவருமின்றி
சற்று தொலைவில் சொப்பு வைத்து
தனியே விளையாடும் என் மகள்
உதட்டின் விளிம்புக்குள் துக்கத்தை மடித்து
அதே கேள்வியைக் கேட்கிறாள் எனிடம்
சேரி ஊராகாதா அம்மா?

சுகிர்தராணி

ஆதியின் ஆத்ம விதை

பருவமழைக்குப் பிந்தைய நிலமாய்
நெகிழ்ந்து கிடக்கிறேன்
கெட்டித்துப் போன பாறை
மணலாய்ப் பொடிந்த நாளிலிருந்து
நினைவுக் கிணற்றில் மூழ்கி
ஒருவாறு யூகித்தறிகிறேன்
என்னுள் எவையும் ஊன்றப்படவில்லை
பின் எப்படி விழுந்தாய்
எப்படி முளைத்தெழுந்தாய்
பின்னிரவுப் பிரகாசமான நட்சத்திரமென
நீ யாரின் விதை
எவற்றின் விதை
ஆதியின் ஆத்ம விதையா
நானறியேன்
ஆழ்ந்த மூச்சு விடவும்
புரண்டு படுக்கவும் கூடாதிருக்கிறேன்
உன் வேர்கள் முறியாதிருக்கவேண்டி
நீ வளர்
என்னிலிருந்து நீரெடுத்துக் கொள்
என்னிலிருந்து சுவாசமெடுத்துக் கொள்
அன்பின் கனிமங்களை
மென்மையாக்கித் தருகிறேன்
கிளை பரப்பு
பூத்துக் காய்
கனி கொடு ஆயிரம் பறவைகளுக்கு
புதியதொரு உலகத்தை சிருஷ்டி
நிலம் முதல்முறையாய் யாசிக்கிறது
முதிர்வுற்று நீ பெயர்த்தெடுக்கப்படுகையில்
என்னைப் பதுக்கிக் கொள்
திமிறத் திமிற இரை கவ்விப் பறக்கும்
ஒரு வல்லூறு போல.

இப்படிக்கு ஏவாள்

கோடையின் பனித்துளி

முதன்முறை கர்ப்பந்தரித்தவளின்
நிறைமாத வலியைப்போல
ஆரம்பிக்கிறது இந்தக் கோடை
வெயிலைப் பருக முடியாமல்
தலை சாய்த்து அடம் பிடிக்கின்றன
களைத்து நிற்கும் செடிகள்
மரத்தின் கிளைகளில்
தளர்ச்சியாக அமர்ந்திருக்கும் பறவைகள்
வாய் திறந்து
உஷ்ணத்தை ஊதுகின்றன
கசடுபடிந்த நிலவையும்
இந்தப் பகல் நேரத்தில் காணவில்லை
தொங்கிய வாலுடன் கடந்து போகிறது
சன்னல் விளிம்பில் எட்டிப் பார்க்கும்
கருஞ்சாம்பல் அணில்
பொன்னிறமாய் மினுங்குகிறது
தாரிடப்படாத மண்சாலை
கைவிடப்பட்ட ஆழ்துளைக்கிணறு போல
செங்குத்தாக நிற்கிறது சூரியன்
குமட்டல்காரனின் உமிழ்நீரென
வழிகிறது வெக்கை
தசைவற்றிய மீனாய் சுருண்டிருக்கின்றன
குட்டையான மண்புழுக்கள்
ஒரே ஆறுதல்
தாமதமாய் வந்த உன்னை
கூடிக் களைத்த என் உடல்மீது
துளிர்த்திருக்கும் பனித்துளிகள்.

தேவதைகள் சாட்சியாவதில்லை

நீலநிற சிறகு கொண்ட
ஒரு பறவையின் பறத்தலைப் போல
முகத்தைக் காட்டியபடி நடக்கிறேன்
வாயகன்ற குப்பியிலிருந்து
ஒரு போர்வீரனின் இலாகவத்தோடு
திராவகத்தை வீசுகிறாய்
புன்னகையின் கனி பழுத்திருக்கும்
என் முகம் சிதைவடைகிறது
வீட்டைவிட்டுக் கிளம்புகையில்
ஒப்புக்கொடுத்த ஒரு தாதியென
அறிவுரை கூறுகிறாள் தாய்
சட்டென்று முகத்தைத் திருப்பி விடாதே
துளிகூட மிஞ்சாமல் ஏந்திக்கொள்
கழுத்தகன்ற மேலாடையை அணிவித்து
முடியை இறுகக்கட்டி அனுப்புகிறாள்
எவ்வளவு பக்குவப்பட்டவள் என் தாய்
திராவகத்தை மறுமுறை வீசு
தேள்கொடுக்குகளின் வலி நான் உணரட்டும்
வெந்நீர் ஊற்றின் சூடு நான் அனுபவிக்கட்டும்
வெந்த நரம்புகளின் நாணில்
கழுத்தும் முகமும் இழுத்துக் கட்டப்படட்டும்
புருவம் தீய்க்கப்பட்ட கண்கள்
செந்நிறச் சதைக் கோளமாகட்டும்
கண்திறவா நாய்க்குட்டியின் தேடலைப்போல்
சூம்பிப்போன என் மார்பகத்தில்
முலைக்காம்புத் தேடி ஏமாறட்டும் என்மகள்
திராவகத்தை மீண்டும் வீசு
இருந்துவிட்டுப் போகிறேன்
உன் முகத்தை உனக்கே காட்டும்
ஒரு துர்தேசத்தின் கொடுஞ்சிலையாய்
புன்னகை உறைந்த தேவதைகள்
ஒருபோதும் சாட்சியாவதில்லை.

கடலாகி நிரம்புதல்

இசைக்குறிப்பு எழுதப்பட்ட தாள் ஒன்று
மேசைமீது
படபடத்துக் கொண்டிருக்கிறது
எண்களிடப்பட்டு
அடுக்கி வைக்கப்பட்டிருக்கின்றன புத்தகங்கள்
அதன்மீது ஒரு பூங்கொத்தும்
கைக்கெட்டும் தூரத்தில்
கடல் தளும்புகிறது
சூரியனை அருந்திவிட்டு அமர்ந்திருக்கும்
என் கைகளில் மை தோய்ந்த இறகு
கடலை வரைகிறேன்
நுரைத்துப் பொங்கும் அலைகளை
அதன் பச்சையை நீலத்தை
உப்புச் சுவையை
கரையொதுங்கும் சிறுசிறு சங்குகளை
நிறைவேறாக் காதலின்
துப்பப்பட்ட முத்தத்தை
எல்லாவற்றையும் வரைகிறேன்
முடிக்கப்பெறாத அவ்வோவியத்தை
முடிக்கிறேன்
நீயே கடலாகி அலையாகி
உப்புச் சுவையாகி
முத்தமாகி வந்து நிற்கிறாய்
இசைக்குறிப்பு எழுதப்பட்ட தாள்
தன்னையே இசைத்துக் கொள்கிறது
நீ நிரம்பிய அவ்வறையில்.

ஆட்டுக்குட்டியின் மயிர்

நேற்றிரவு
ஆட்டுக் குட்டியின் மயிரைப் போல
என்னிதயம் மிக மிருதுவாக இருந்தது
இலகுவாக வரக்கூடிய கண்ணீர்
ஒருபோதும் வழியப் போவதில்லை இனி
பார்த்தீனியங்கள் நிரம்பியது என்னிருப்பிடம்
அதனாலென்ன வெட்டி அழித்தால் போகிறது
இதையும் தெருவிளக்கு அடியிலிருந்தே எழுதுகிறேன்
பாதசாரிகள் என்னைக் கடந்தபடி இருக்கிறார்கள்
கையளவு மண் இல்லாத முற்றத்தில்
எந்தச் செடி வளர்ப்பது
பூனைகளும் சிறகு வெட்டப்படாத கிளிகளும்
என் வீட்டை வலம் வருகின்றன
ஏரியைச் செப்பனிடச் சென்றிருக்கும்
என் தாய் எப்போது வருவாள்
தந்தை இறந்து வெகுநாள் ஆகிறது
நான் படிப்பேன்
வீழ்ந்து போனவர் வரலாறுகளை
தேங்கிய சாக்கடையில் தத்தளிக்கும்
எலியைத் தூக்கி விடுகிறேன்
கையைக் கடித்துவிட்டு ஓடுகிறது
ஆயினும் எழுதுவேன் எழுதுகிறேன்
சந்தடி மிக்க சாலையோரம்
மூத்திரம் பெய்து கொண்டே
திரும்பிப் பார்க்கிறான் ஒருவன்
பூ அங்காடியில் கழிக்கப்பட்ட மலர்களைச்
சேகரித்து அவ்விடத்தில் கொட்டுகிறேன்
இன்றிரவு
ஆட்டுக்குட்டியின் மயிரல்ல நான்.

என் கண்மணியே இசைப்பிரியா

ஓயாத கடலின் அலைகள்
இடைவிடாது என்னுடலில் மோதியபடி
மடிந்து சரிகின்ற வேளையில்
ஆழமாய் வேர்பரப்பி
விரிந்திருக்கும் நீர்த்தாவரத்தைப் போல
என்னை இழுத்துச் செல்கின்றாய்
என் காலடியிலிருந்து
ஒழுகி வழியும் நீர்த்துளிகள்
உன் அழித்தொழிப்புக்குச் சாட்சியாய்
வெளியெங்கும் உருண்டு கொண்டிருக்கும்
வனத்தில் தனித்துத் திரியும்
மிருகத்தின் வெறி கொண்டு
என்னை வல்லுறவு செய்கின்றாய்
சதையை ஊடுருவிய உன்னால்
என் நிலத்தின் நிணநீர் ஓடும்
எலும்புகளை என்ன செய்ய முடியும்
மார்பகங்களை அரிந்த உனக்கு
அதன் அடியிலிருக்கும் நெருப்பின் சூடு
உறைக்கவில்லையா
வெகுகாலமில்லை வெகுதூரமுமில்லை
நீ ஏந்திய ஆயுதக் கருவியும்
பாய்ச்சிய உடற்குறியும்
இனி எழுச்சியின் அமிலத்தில்
கரைந்து போகும்
என் இரத்தத்தில் பூத்திருக்கும்
செங்காந்தள் மலர்களே
என் நிலமெல்லாம் இனி செழித்திருக்கும்.

சுகிர்தராணி

பாழாய்ப்போன முத்தம்

புரையோடிய கண்ணின் வெண்மையென
தொங்கிக் கொண்டிருக்கிறது மழை
மனதின் வாசல் முழுவதும்
நினைவின் அலை புரள
நின்றிருக்கும் என் தோள்மீது
வந்தமர்கிறது அந்தச் சாம்பல் பறவை
சிவப்பு கலந்த சிறு அலகில்
களிம்பு துளிர்க்கும் சொற்கொடி ஒன்றைக்
கவ்வியிருக்கிறது
புதையுண்டிருக்கும் என் ஆறா ரணத்தை
எவ்வாறு கண்டுணர்ந்தது
மழைத்துளியோடு உருண்டோடும்
என் கண்ணீரைத்
தன் சிறகுகளால் துடைக்கிறது
அந்தியும் அடிவானமும் சேரும்
கடற்பொழுதின் குளிர்ச்சியை
எனக்கு ஊட்டுகிறது
என் நைந்த ஆடையில்
எங்கிருந்தோ கொண்டு வந்த
அன்பின் இழைகளால் பின்னலிடுகிறது
வாழ்வின் கதிரிலிருந்து கொய்த தானியமென
பிரியங்களை என்முன்னே கொட்டுகிறது
ஏழுமலை தாண்டி
ஏழுகடல் தாண்டி
உயிர் இருக்கும் இரகசியக் கதையைச்
சொல்லும் அதன் மடியில்
மெல்ல உறங்கிப் போகிறேன்
நன்றியறிதலாய்த் திருப்பித் தர
என்னிடம் எதுவும் இல்லை
பாழாய்ப்போன முத்தத்தைத் தவிர.

இப்படிக்கு ஏவாள்

தானாக உதிரும் தொப்புள்கொடி

தன் தீயைத் தானே மூட்டிக்கொள்ளும்
பேரழகு கூடிய காட்டினுள் நுழைகிறேன்
நிழல் விழாத நிர்வாணத்தோடு
உள்ளேகும் என்னை அணைத்துக் கொள்கிறது
வெளித் தெரியும் மரத்தின் வேர்களில்
பூப்பரப்பி என்னை நடத்திச் செல்கிறது
பற்றியிருக்கும் அதன் கரங்கள்
அவ்வளவு குளிர்ப்பானவை
உள்ளே ஓடும் நேசிப்பின் சூட்டை
அது காட்டிக்கொள்வதில்லை
கரட்டு நிலத்தில் கோழையைச் சுரந்தபடி
நகரும் நத்தையெனப் பின்தொடர்கிறேன்
இருள் அல்லாத இருளும்
ஒளி அல்லாத ஒளியும்
என்னைச் சுற்றி
ஒரு மாய வித்தையை நிகழ்த்துகின்றன
தலையில் மோதும் கனிகள்
இன்னும் பெயரிடப்படாதவை
செடிகளும் கொடிகளும் மரங்களுமாய்ப்
பிணைந்திருக்கும் தன்னுடலின் மையத்தை
அறிமுகப்படுத்துகிறது
நன்னீர்க் கடலெனத் தளும்பி நிற்கும் நீர்
சிறு சிறு மழைத்துளிகளாகி
வான்நோக்கி விரைவதை வியப்புடன் பார்க்கிறேன்
சற்று தூரத்தில் பூத்திருக்கும் கல்மரமென
ஆதாமும் ஏவாளும் நிற்கிறார்கள்
தானாக உதிர்கிறதென் தொப்புள்கொடி
ஆகச்சிறந்த காடே என் தேவதை
தேவதையே என் ஆதித்தாய்.

ஆகச் சிறந்த காதல்

முன் எப்போதோ வீசப்பட்டு
செயலிழந்த ஒரு வெடிகுண்டின்
காலிக் கோப்பையென
என் உடலில்
லீலிப்பூவின் செடி வளர்க்கிறாய்
இனிப்புகூடிய உன் எச்சிலால்
நீர் ஊற்றுகிறாய்
ஒழுகும் அன்பைச் சிந்தாமல்
பாதுகாத்துக் கொண்டிருக்கிறேன்
மழைக்குப் பிந்தைய கணத்தில்
புதரடியில் முளைத்தெழும் காளானென
என் ஆன்மா பூக்கிறதை நீ அறிவாயா
சதையாலான இந்த உடலையும்
எலும்புகளற்ற இந்த ஆன்மாவையும்
உருண்டையாக்கப்பட்ட சூரணமென
விழுங்கிவிடு
நீருக்குள் நீராய் இருப்பது
ஆகச் சிறந்த காதல்.

ஒளிகொடாச் சூரியன்

இரவும்
இரவின் இருட்டும்
இருட்டின் ஓசையும்
ஓசையின் லயமும்
லயத்தின் கிறுகிறுப்பும்
கிறுகிறுப்பின் உச்சமும்
உச்சத்தில் உருகி வழியும்
காமத்தின் ஒரு துளியும்
பட்டுத் தெறித்து
உதிர்ந்து போகிறது
இரவின்
ஒளிகொடாச் சூரியன்.

சுகிர்தராணி

கொலையும் செய்வாள் பறச்சி

எங்கள் ஆடைகளை அவிழ்ப்பீர்
அம்மணமாக்குவீர்
வன்புணர்வீர்
தமையனோடு புணரச் சொல்வீர்
பிறப்புறுப்பில் துறடு செருகுவீர்
முலைகளை அரிவீர்
வாய்க்காலில் வீசுவீர்
அமிலத்தை ஊற்றுவீர்
தலையைத் துண்டிப்பீர்
காலை வெட்டுவீர்
காணாப் பிணமாக்குவீர்
மலத்தை வாயில் திணிப்பீர்
மூத்திரத்தைக் குடிக்கச் செய்வீர்
சேரியெனப் பிரித்து வைப்பீர்
செருப்புமாலை போடுவீர்
வேசி என்பீர்
பறையன் என்பீர்
தீயிட்டுக் கொளுத்துவீர்
மரத்தில் தொங்கவிடுவீர்
தீண்டாமைச் சுவரெழுப்புவீர்
தனிக்குவளை கொடுப்பீர்
செருப்பணியத் தடை விதிப்பீர்
காதலித்தால் நாடகம் என்பீர்
ஆணவக்கொலை செய்வீர்
இனி எவையும் மிச்சமில்லை
நீங்கள் செய்வதற்கு
ஆனால்
நான் செய்ய ஒன்றுண்டு
அது
கொலையும் செய்வாள் பறச்சி.

இப்படிக்கு ஏவாள்

பச்சை இரத்தம்

விரிந்த பாலைவனத்தின்
வறண்ட தோலிலிருந்து முளைத்தெழுந்த
பசுங்கள்ளி போலிருக்கிறேன்
மணற்புயலில் நிறம்மாறி வீழும்
மழைத்துளியோ
பாறை இடுக்குகளின் ஆழத்தில்
அமிழ்ந்திருக்கும் நீரோ
எனக்கு வேண்டுவதில்லை
எப்போதும்
என்மீது சிந்திக் கொண்டிருக்கும்
வெப்பத்தின் வண்ணத்தை
ஒருபோதும் ஏறிட்டுப் பார்ப்பதில்லை
இரவில் தளர்ந்தடங்கும்
சூட்டின் கடைசித் துளி குளிர்ச்சியும்
என்னைத் தீண்டுவதில்லை
காற்று தன் வன்கரத்தினால்
மணலை வீசிச் செல்கையில்
என்னுடலின் மேற்பரப்பு
இன்னும் துலக்கமுறுகிறது
ஆழப் பரந்திராத என் வேர்கள்
முனைகளைக் கூர்ப்படுத்திக் கொள்கின்றன
முட்களற்று செந்நிறமான என் பழங்கள்
உண்ணும் கனிகளாய்க் கிடக்கின்றன
தொலைவிலிருந்து வரும் நீ
என்னை வெட்டிக் கிடத்துகையில்
பீறிட்டு ஒழுகுகிறது
பிசுபிசுப்பான பச்சை இரத்தம்.

காமத்தின் நிறம்

உயிரினில் தொங்கும்
கயிறு பிடித்து
மலையேறும் வீரனைப்போல
என் முகட்டினில் ஏறு
தட்டுத் தடுமாறி
முத்தத்தின் ஆணி அறைந்து
உடலின் வளையங்களில்
கால்வைத்து முன்னேறு
முகட்டின் முனைகளுக்கிடையே
சாகசம் காட்டு
என்னை மூடியிருக்கும்
காமப் பனியை
உடைத்துப் போடு
மேல் நோக்கிய
ஆழத்தையும் கற்றுக் கொள்
ஒரு குரங்கெனத் தாவி
என் சமதளத்தை அடை
உன் மார்பழுந்த
என்மீது ஒய்வெடு
காதலின் புயல் கொண்டு
உன்னைக் கட்டிக் கொள்கிறேன்
காமத்தின் நிறம் நீலமாகட்டும்.

இரவில் நீந்தும் மீன்

பனிமலையிலிருந்து உருகி ஓடும் ஆறென
வீசிக் கொண்டிருக்கிறது காற்று
கைக்கெட்டும் தூரத்தில்
படுத்துக் கிடக்கும் அதன் கரையில்
நடந்து கொண்டிருக்கிறேன்
நிராசைகள் வெயிலெனப்
போர்த்தப்பட்டிருக்கும் பகற் பொழுதில்
மினுங்குகின்ற அது
இரைகண்ட பாம்பின் நிசப்தத்தைப் போல
ஒடுங்கியிருக்கிறது இரவில்
அதன் கைப்பிடித் தண்ணீரை அள்ளுகிறேன்
அசைதல் இல்லை அலைகள் இல்லை
செலவழிந்த கனவுகளும்
தீர்ந்துபோன முத்தங்களும்
கொட்டப்பட்டிருக்கின்றன அதனுள்
நீர்த்தாவரமென மிதந்து கொண்டிருக்கும்
வலிகள் எவையும் கரைந்து விடவில்லை
தூக்கத்தில் சிரிக்கும் குழந்தையின்
வெள்ளந்தியும்
கொடுவாளால் குடல் சரிக்கும் துரோகமும்
அதனுள் அமிழ்ந்தே இருக்கின்றன
உள்நுழையும் வெளியேறும் வழியற்று
அதனை வலம் வருகிறேன்
மதம் பிடித்த யானையின்
உயர்ந்த வாலெனக் கவர்கிறது
அணில் கொறித்து வீசியெறிந்த பழமாய்க்
குறைவுபட நிற்கிறேன்
மௌனத்தின் வலைகொண்டு
மெல்ல இழுக்கிறது என்னை
துடித்து வீழ்கின்றேன் மனதின் கடலுக்குள்
நான் இரவில் நீந்தும் மீன்.

சுகிர்தராணி

கைவிடப்பட்ட கல்லறை

இலை விளிம்பில் தொங்கும் நீர்த்துளியென
ஆன்மா அரற்றிக் கொண்டிருக்கிறது
மயக்க மருந்தின்றி
கண்முன்னே ரணத்தை அரிந்தெடுப்பதைப் போல
தூரத்தில் கிடத்தப்பட்டிருக்கும் உடலைக் கண்டு
தன் உயிரையே சிந்துகிறது
ஒன்றிலிருந்து ஒன்று பிரிந்து செல்லும்
நீலம் பூசிய பனியின் மலை
அதன் அடிவாரத்திலேயே கிடக்கட்டும் எனதுடல்
நான் பிறந்தபோது
குளிரின் ஒருதுளி நாவில் பட்டதும்
கண் திறந்தேனாம்
பனியாடுகளோடு ஆடித்திரிந்த என் பால்யம்
குளிர்ப்பான அதன் மடியில் உறைந்திருக்கிறது
பருவமெய்திய போது
வெளிர்த்து வெளியேறிய முதல் இரத்தத்தைத்
துடைத்தகற்றியது அது
புறாக்களுக்கு இரை வீசுவதைப் போல
என் எழுத்துகளை அங்கேதான்
வீசியிருக்கிறேன்
அதை வாசித்து வாசித்து
வலிகளும் துரோங்களும் நிறைந்த
தன்னுள் பொத்திவைத்து வலுவூட்டியிருக்கிறது
மலையும் அதன் தோளும் மடியும்
எனக்கு நித்தியம்
யாரேனும் கடக்க நேர்ந்தால்
கைகாட்டி விடுங்கள்
கைவிடப்பட்ட கல்லறை அங்கிருக்கிறதென்று.

பலியிடப்பட்ட காதல்

மகரந்தத் துகள்கள் காற்றில் பரவும்
வசந்த காலத்தின் பிற்பகுதியில்
லேசாகக் கசியும் நீலநிறச் சுடரென
என் கண்களில் நுழைகிறது உனதுயிர்
அந்த நாளை எப்படி மறக்க இயலும்
அன்றுதான்
கருத்திருந்த எனது வானம்
மழையாகப் பொழிந்தது பெருங்காதலை
மரத்தினடியில் உன்னை நிற்க வைத்து
கிளையசைத்துப் பூ உதிர்த்து
அன்பின் சிறுதுளி காட்டுகிறேன்
உன் தலைமேல் கொட்டிக் கிடக்கும்
மஞ்சள் நிறப் பூக்களைத்
தட்டிவிடாமல் வைத்திருக்கிறாய் இன்னும்
மழைப் பொழுதுகளில் குளிர்ந்து
தொடாமல் தீ மூட்டிக் கொள்கிறோம்
இரவு வேளைகளில்
நினைவுப்பறவை கொண்டு சேர்க்கிறது
நம் முத்தத்தின் ஈரங்களை
அது தரும் நம்பிக்கையோடும் பிரியத்தோடும்
ஒழுங்கற்ற எனது தெருவின்
மருண்ட குழந்தைகளுக்கு
கற்பிக்கிறேன் எழுத்துகளை வாழ்க்கையை
பிஞ்சு விரல்களின் கைப்பிடித்து
சித்திரங்களை வரைவிக்கிறாய் நீ
அவர்கள் கண்களில்
விமானத்தை அருகிருந்து பார்க்கும் பரவசம்
ஆயினும்
சாணை பிடிக்கப்பட்ட சாதியின் கூர்வாளால்
வெட்டுப்படாத உனதுயிர் வேண்டியே
கைவிடுகிறேன் நம்முடைய காதலை.

ஆன்மாவும் சரீரமும் வெவ்வேறானவை

முட்டையிடாத பறவையின்
கொஞ்சலையொத்த ஆதிமொழி
காவலென உலவும் வாழ்வின் வயலில்
சரீரத்தை நடவு செய்கிறேன்
வெந்த பின்னும் முளைவிடும் கரும்பென
கணுக்களில் முளைத்தெழுகின்றன
சரீரத்தின் துண்டுகள்
உடலின் கூடையிலிருந்து
ஆன்மாவின் விதைகளை அள்ளி
அந்தரத்தில் வீசுகிறேன்
எரிநட்சத்திரத்தின் கண்ணுறாச் சாம்பலாய்
அவற்றின் விதைகள்
தம்மை ஒளித்துக் கொள்கின்றன
பருவமடைந்ததை உணராத
பெண்ணின் குறுகுறுப்பைப் போல
வளரும் சரீரத்தின் பயிர்களைத்
தழுவிக் கொள்கிறேன்
முத்தமிடுகிறேன்
அன்பின் உரமிட்டு
காதலின் நீர்கொண்டும் பாய்ச்சுகிறேன்
ஆங்காங்கே ஒளிந்திருக்கும்
காமத்தின் களைகளைப்
பிடுங்காமல் தவிர்க்கிறேன்
அண்ணாந்து பார்க்கையில்
மூச்சடக்கி நிற்கிறது ஆன்மா
எந்த மஞ்சள்கருவைத் தருவேன் அதற்கு
அறுவடைக் காலம் நெருங்குகிறது
இதயத்தின் அரிவாளால் அரிந்தெடுத்து
வரப்பின்மீது வரிசையாகக் கிடத்துகிறேன்.
ஒரு தேர்ந்த கள்வனைப் போல
சரீரங்களைக் கடத்திச் செல்கிறது ஆன்மா.

அப்பாக்களைக் கொன்று விடலாம்

அது மஞ்சள் நிறத் தும்பிகள்
பறந்து திரிந்த காலம்
அப்போதிலிருந்து
செப்பனிடப்படாத வயல்வெளிக்கு
அம்மாவுடன் செல்ல ஆரம்பித்தேன்
உலர்ந்த விதையைப் போல
வறண்டிருக்கும் தன்தேகத்தைப் பற்றி
அவள் கவலைப்படுவதில்லை
முழங்காலளவு வளர்ந்திருக்கும்
துயரின் கற்களை
வேரோடுப் பிடுங்கி வீசுமவளின்
வெப்பமுற்ற தலைக்கு மேலே
வானம் நிர்மலமாய் இருந்தது
அதற்குள் நான் ஒரு தும்பியைப்
பிடித்துவிட்டிருந்தேன்
அவள் தொடர்ந்து தன் கைகளைக்
கருவியாக்கிக் கொண்டிருந்தாள்
முன்னெப்போதும் நான் கண்டதேயில்லை
எங்கள் நிலத்தின்மேல்
உன்னதமான ஒரு மழைப்பொழிவையும்
கைக்கொள்ளாத ஓர் அறுவடையையும்
வெயில் கொஞ்சம் கொஞ்சமாக
இருளோடு தன்னை
அலங்கரித்துக் கொள்ளும் பொழுதுவரை
அழுத்தும் நுகத்தடி பற்றியும்
பறிக்கப்பட்ட ஆதிநிலம் பற்றியும்
சொல்லிக் கொண்டிருந்தாள்
மறைப்புக் கட்டப்பட்ட
ஒரு நதியென ஓடிக் கொண்டிருக்கும்
அவள் காதில் மெல்ல கிசுகிசுக்கிறேன்
அப்பாக்களைக் கொன்று விடலாம்.

பரிதி நிறம் மாறப் போவதில்லை

கனிந்த இரும்பெனத் தகிக்கும் சூரியன்
கடலில் மெல்ல மூழ்குகிறது
இருள் கூடக்கூட
விடிந்து கொண்டிருக்கிறது எனக்கு
இந்தக் கணத்திற்காகவே காத்திருந்து
ஆடைகளைத் திருத்திக் கொள்கிறேன்
ஒரு போருக்குச் செல்வதைப் போலத்தான்
என் கண்கள் கூர்மையடைகின்றன
மூளை கைகளுக்குள் இறங்கி வருகிறது
எதிர்கொண்டு ஓடிவரும்
எதிரிகள் யாருமில்லை
ஆயினும்
வியூகங்களை வகுத்துக் கொள்கிறேன்
எங்கிருந்து தொடங்குவது
எப்படி வெளியேறுவது
ஒரு குவளை
நீர் அருந்தலாம் போலிருக்கிறது
முன்தினம் பழுது நீக்கப்பட்ட கருவிகளை
ஏந்திக் கொண்டு புறப்படுகிறேன்
எங்கும் அமைதி
பூக்கள் மலரும் மெல்லிய ஓசையைத் தவிர
எங்கும் இருட்டு
ஆவி விளக்குகளின் செயற்கை ஒளி தவிர
திரும்பிப் போகவே முடியாத
மகுடஞ் சூட்டப்பட்ட பிரதேசம் இது
என் குழந்தைகளின் முகங்கள்
நினைவுக்கு வந்து போகின்றன
கதவுகளை இறுகச் சாத்திய
பெருநகரத்தின் வீதிகளில்
குவிந்து கிடக்கும் குப்பைகளைக் கூட்டுகிறேன்
இனி ஒருபோதும்
பரிதி நிறம் மாறப் போவதில்லை.

குவளை நிறைய முத்தம்

குளிர் தேங்கிக் கிடக்கும் மலைச்சரிவில்
பூத்திருக்கும் உறைமலர்கள்
ஓயாமல் பேசுகின்றன
வார்த்தைகளற்றுப்போன நம் காதலைப்பற்றி
இதுவரை பிறந்திராத புதுமொழியொன்று
மழைக்கால மின்னலைப் போல
நம் கண்களில் இறங்குகிறது
தடைபட்ட ஊற்றைப் போல
உனதன்பு வெளிப்படும் போதெல்லாம்
சிவப்பு படர்ந்த வெட்கத்தின் மலர்
என்னுள் அரும்புகின்றது
நீயோ
தனதிரு கைநீட்டும் அன்பின் பேருரு
எப்படி என்னுள்ளிருந்து உன்னைப் பெயர்ப்பது
காலங்களைக் கையால் தொட முடிந்தால்
எவ்வளவு பேரின்பம்
பிரிவின் இந்தக் கணத்தை
உறையச் செய்திடுவேன்
நம் கண்கள் காதலில் குளித்த நொடியைச்
சட்டமிடப்பட்ட படமாய்ப் பார்க்கின்றேன்
இதோ பயணிக்கும்போதே
என் உயிர்பிரிந்து என்னுடனே வருவதை
நானே பார்த்துக் கொண்டிருக்கிறேன்
எனக்கான வீடு மலை காடு ஆறு சமவெளி
எல்லாமே உன் வடிவிலிருக்கின்றன
இறுதியாக
உன் உதடுகளில் விட்டுச் செல்கிறேன்
சுடப்படாத குவளை நிறைய முத்தம்.

முதுகின் மேலொரு சேரி

கிழக்கிலிருந்து சூரியன் உதிப்பதைப் போலவே
நானும் படுக்கையிலிருந்து எழுகிறேன்
கைநீட்டும் தூரத்தில் தேநீர்க் கோப்பை
பச்சை வாசனையுடன் ஆவியைக் கிளப்புகிறது
எடுத்து அருந்துகிறேன்
எப்போதும் ஈரத்தில் நிற்கும்
செடிகளை வருடி காற்றைத் தருவிக்கிறேன்
பூக்களைச் சொரிகின்றன எனக்கு
வேலைப்பாடுடைய விதானத்திலிருந்து
கொட்டும் நீரில் நிதானமாய்க் குளிக்கிறேன்
உடல் பரிசுத்தமாகிறது
நான்கு மூலைகளும் இழுத்துக் கட்டப்பட்ட
கண்ணாடி முன் அமர்ந்து
ஒப்பனை செய்து கொள்கிறேன்
ஒழுங்கிலிருந்து பிரிந்த மயிர்கள்
இடவலமாய் அலைகின்றன
மரத்தின் தசையைப்
பரப்பிச் செய்த மேசையில்
உணவருந்துகிறேன் கசப்பும் இனிப்புமாய்
உதடு துடைத்து நறுமணம் பூசி
முழு உருவத்தைப் பார்க்கிறேன்
பரிபூரண திருப்தி
குளிரூட்டப்பட்ட அறையில்
பதுக்கப்பட்ட இசை நிரம்பி வழிகிறது
பிறகு
கைப்பின்னலிட்ட காலணி அணிந்து
வெளிக் கிளம்புகிறேன்
வார் கட்டப்பட்ட ஒரு நாயென
முதுகில் ஏறிக் கொள்கிறது என் சேரி.

இப்படிக்கு ஏவாள்

அகாலத்தில் ஆரம்பிக்கும் தேடல்

மினுமினுக்கும் நட்சத்திரங்கள் அற்றவை
என் இராப்பொழுதுகள்
காற்றில் மிதந்து செல்கின்ற சருகு
விட்டுச் செல்லும் தன்னிடத்தைப் போல
வெகு நிர்மலமானவை என் கனவுகள்
ஒன்றையொன்று அறிந்திராத
இவற்றின் சஞ்சலம்
கசந்த பழச்சாற்றின் சுவையெனத் திகட்டுகிறது
வருகிறாய்
உன் வருகையை நானறியேன்
உனக்கென வாசனை எதுவுமில்லை
அதுவே உன்னிருப்பை உணர்த்துகிறது
உன் சாயல் யாராகவும் இல்லை
அதுவே உன்னை அடையாளப்படுத்துகிறது
அடிவானத்தைக் கைகாட்டும்
நட்சத்திரங்களுக்கு மத்தியில்
நீ நட்சத்திரமல்ல
ஆயினும் உன் கூர்மை
என் தலைக்கு மேலே இறங்குகிறது
நீ நிலவல்ல
ஆயினும் உன் குளிர்மை
வெம்மையான என் பக்கங்களில்
மையென நிரம்புகிறது
கரம் பற்றுகிறாய்
என் இராப்பொழுதுகளும் கனவுகளும்
பின்னிப் பிணைந்து புணர்ந்தடங்கும்
அகாலத்தில் ஆரம்பிக்கிறது நம்தேடல்.

இப்படிக்கு ஏவாள்

புசிக்கக் கூடாத கனி மரத்தில்
ஒற்றைக் கையால் ஊஞ்சலாடும்
சாகசக்காரன் நீ
கிழக்காக நதிகள் பாயும் பிரதேசத்தில்
செழிப்பாக இருப்பதாய் அறிகின்றேன்
பாம்பின் பிளவுண்ட நாவைப்போல
உன் ஆண்மை பீறிடும் போதெல்லாம்
பெருமகிழ்ச்சி அடைகின்றாய்
உன் சுனைகள் ஒருபோதும் வற்றாதவை
திருப்தியுறாத ஆட்கொல்லி விலங்கின்
துடைக்கப்படாத உதடுகளையுடையவன் நீ
குட்டியை ஈன முடியாமல்
மரித்துப் போன ஓர் ஒட்டகத்தின்
தோலாலான உன் கூடாரம்
இன்னொரு வானமாய் மிளிர்கின்றது
அவ்விடத்தில்
தீயின் முதற்புகையைப் போல
ஆடிக்களித்த நம் தேடல்
அன்று பரிசுத்தமாயிருந்தது
காலத்தின் விசிறி சுழலச் சுழல
இன்று காணக் கிடக்கின்றன
வெளியெங்கும் என் உடல்கள்
உள்ளாடைகள் கிழிக்கப்பட்டும்
கைவிடப்பட்ட கிணற்றில் மிதந்தும்
ஒருமுழக் கயிற்றில் அசைந்தாடியும்
திராவக வீச்சில் கருகியும்
தொடையிடுக்கில் இரும்புக்கம்பி செருகப்பட்டும்
நாள்தோறும் கூட்டுகிறாய் வாதையை
மூச்சு முட்டுகிறது ஆதாம்
இருபுறமும் கூராக்கப்பட்ட வாளைப்
பரிசாகத் தருகிறேன்
வெட்டி எறிந்துவிடு உன் விரைகளை.

உபரிச் சொற்கள்

காடுமலையென அலைந்து திரியும்
காற்றின் மெல்லிய நூல் பிடித்து
கண்டடைந்தாயிற்று அதை
உடலெங்கும் மயிர்கள் முளைத்த
புருவம் நீண்டிருக்கும் மனிதனொருவனும்
முலைகள் தாழத் தொங்குகின்ற
முதியவளும்
கிழக்குநோக்கி கை காட்டுகிறார்கள்
வசீகரத்தின் வாள்கொண்டு
முகத்தில் மோதிக் கிழிக்கும்
துன்பத்தின் சாயலெல்லாம்
வெட்டுண்டு போகிறது ஒரு நொடியில்
இரு கருக்களைக் கொண்ட
பெண்ணின் மேடிட்ட வயிறென
அசைவாடுகிறது அந்தக் குளம்
சொற்களின் குளம்
பகல்முழுதும் உழைத்துக் களைத்தவளின்
இராக்கால உலையென கொதிக்கிறது
தகிக்கும் அதன் கரையிலமர்ந்து பார்க்கையில்
துள்ளுகின்றன ஓராயிரம் சொற்கள்
கைவிடப்பட்ட முதியவளின் சொற்கள்
இறந்து பிறந்த மழலையின் சொற்கள்
முற்றாத பிஞ்சுப் பெண்ணொருத்தியின்
இரத்தம் தோய்ந்து கிழிந்த சொற்கள்
தூக்கிலடப்பட்டவளின் பற்கடிப்புக்கிடையே
துப்பப்பட்ட கடைசியொலிச் சொற்கள்
துக்கித்து அள்ளிப் பருகுகையில்
கையிடை வழிந்தோடுகிறது சொற்களின் நீர்
திரும்பும் என் உள்ளங்கையில்
கொஞ்சம் ஒட்டியிருக்கின்றன
என் உயிரைப் பருகியவளின்
உபரிச் சொற்கள்.

சுகிர்தராணி

புணர்தல் நிமித்தம்

நீயும் நானும்
ஆடை களைந்து
கூடிக் கிடப்பதை
யாரறிவார்
அதனால்தான்
புணர்வுக்குப்
பாம்புகள்
உவமையாகிக்
கிடக்கின்றன
இன்னும்.

கொலை பார்க்கும் நிலம்

காதலின் பருவகாலம்
மலையுச்சியில் சுழலும் ஊதக்காற்றாய்
உடலிலிருந்து ஆடையை உரித்துப்போடும்
அந்திமப் பொழுதில்
அவர்கள் சந்தித்துக் கொண்டனர்
கனிந்த பழமும் கிளியின் கொத்தலுமாய்க்
கழிந்தன அவர்களின் நாட்கள்
தாம் விதையென உள்ளிருந்த
கர்ப்பத்தின் பூக்கள் யாருடையவை
எந்த மூதாதையர்களுடையவை
சாட்டை சொடுக்கி ஆண்டவர்களுடையதா
சாணிப்பால் குடித்தவர்களுடையதா
எவை பற்றியும் கவலையற்று
வாழ்வின் வெளியெங்கும் பறந்து திரிந்த
அவர்கள் கண்டதெல்லாம் அன்பும்
அன்புக்கு பிந்தைய அன்பு மட்டுமே
வெயில் சற்று கூடியிருந்த பொழுதில்
கொடூரத்தின் சாலையைக் கடக்க
காம்பும் பழமுமாய்க் காத்திருந்த
அவர்கள் மேல் இடியென இறங்குகின்றது
சாதியில் வார்த்தெடுத்த அரிவாள்
அவள் அவனுக்கீந்த புறங்கழுத்து முத்தங்கள்
இரத்த ஆறென என்மீது பரவுகிறது
மரணித்த அவன் கண்கள் அவளை நோக்கியே
எனக்கு நானே சாபமிட்டுக் கொள்கிறேன்
சாதியின் புல் பூண்டு மரம் மயிரென
எவையும் முளைக்காத
மலட்டு நிலமாகட்டும் நான்.

கண்களால் சமாதானம் செய்

வெகு நாட்களாய்ச்
சட்டை உரிக்கப்படாத பாம்பின் தோலென
இருக்கிறது நமக்கிடையேயான அன்பு
ஓடுடைய பழங்களை
அடித்துக் கொண்டுவரும் நதியின் ஓரத்தில்
வறண்டுபோய் நிற்கிறேன்
உன் மெல்லிய விலகல்கூட
பெரும்பாறையாய் அழுத்துகிறது
தூர தேசத்திற்குப் பயணப்பட்ட
காதலனின் வருகைக்குக் காத்திருக்கும்
ஒரு கற்பாலிகையாகி விடுவேனோ
என அச்சமாக இருக்கிறது
உன் பிரியத்தின் கூர்வாளை
எங்கே ஒளித்து வைத்திருக்கிறாய்
நீர்ச் செல்லும் வழித்தடங்களை
என்னுள்ளே கீறி
சமவெளியைச் செழிப்படைய வைப்பாயா
தேனடையிலிருந்து வழியும் சொற்களை
என் பாத்திரத்தில் நிரப்புவாயா
ஒரு சாகசக்காரியின் உச்சரிப்பைப்போல
உன் கோபங்கள் போலியானவை
எவ்வளவு நாட்கள் எத்தனை நொடிகள்
உன் முதுகின் ரேகைகளை
வாசித்துக் கொண்டிருப்பது
திரும்பு இம்முறையேனும்
வற்றாத செவ்வரியாய் நீ பாய்கின்ற
என் கண்களைக் கொண்டே
என்னை விழுங்காமல் காத்திருக்கும்
உன் கண்களைச் சமாதானம் செய்கிறேன்
நிறைகின்றன என் நீர்க்கால்வாய்கள்
சூரியன் தன் மறுபுறத்தைக் காட்டும் இரவில்.

இப்படிக்கு ஏவாள்

பாழாய்ப்போன ஆதாம்

கடவுளென அழைக்கப்பட்டவனின்
தோட்டத்திற்குச் சென்றிருந்தேன்
அலங்கரிக்கப்பட்ட மணவாட்டிகள் விரும்பும்
ஒரு காதலனைப் போலிருந்தவன்
வந்திருந்தவர்களை அமர வைத்து
சொஸ்தமாக்கிக் கொண்டிருந்தான்
தேன் நிரம்பிய குப்பி ஒன்றை
அவனுக்குக் கொடுக்க வைத்திருந்தேன்
அவன் கண்கள் என்னை நோக்கியபோது
கனத்த மழையில் நனைந்த குருவியின்
இழந்துபோன கதகதப்பை உணர்ந்தேன்
என் நேசிப்புக்குரியவன் அவன்
ஆசிர்வதிக்க இருகை உயர்த்துதலை
நான் விரும்பவில்லை
ஒரு தொடுதலும் ஒரு அணைப்பும்
வேண்டி நிற்பதை
அவன் அறிந்தாற் போல சிரித்தான்
மூச்சுகளைப் பரிமாறிக் கொள்ளும்
நெருக்கத்தில் வந்து
நடுக்கமுறும் என்னிதயத்தை அணைக்கிறான்
கண்களை மூடி அவ்வன்பை வாங்குகிறேன்
விழித்துப் பார்க்கையில்
கைகால்கள் கட்டப்பட்டிருக்கும் என்மீது
பரவியிருக்கிறான்
பாழாய்ப்போன ஆதாம்.

சுகிர்தராணி

காலராட்டினத்தில் வந்திறங்கியவள்

அன்று வாரத்தின் இறுதிநாள்
பறவைகள் பறந்தபடி இருந்தன
வானத்தின் நீலம் கொஞ்சம்
குறைவுபட்டாற்போல் தெரிந்தது
எங்கேயோ
பழுத்துதிர்ந்த கனியின் வாசத்தை
தூக்கி அலைந்தபடி
என்னைப் பின்புறம் தழுவியது காற்று
அந்தக் கணத்தில்
சுருட்டி வைக்கப்பட்ட சித்திரமொன்று
தன்னை விரித்துக் கொண்டது
அதன் ஓரத்தில்
உளியால் செதுக்கப்படாத
கல்லிருக்கையில் அமர்ந்திருக்கிறாய்
காலராட்டினத்தில் வந்திறங்கியள்போல்
அசையும் உன் ஒற்றைமுடி
சித்திரத்திலிருந்து நீண்டு
என்னைத் தீண்டுகிறது
உன் கண்களிலிருந்து வழியும் ஒளி
சாயமற்ற உன் உதடுகளை
அடையாளம் காட்டுகிறது
நீ புன்னகைக்கிறாய்
தரைபதியா உன் கால்களுக்குக் கீழே
சிறிது புற்களைத் தீட்டுகிறேன்
நீ இமைமுடித் திறக்கிறாய்
கருந்திராட்சைக் கண்களை
புறா கொத்திப் போகிறது
குனிந்து உன்னை முத்தமிடுகையில்
என்னைச் சித்திரமெனச் சுருட்டிக் கொள்கிறேன்
தேவதையாகிக் கடந்து போகிறாய் நீ.

உடல் மீதூரும் பூச்சி

மலர்களிலிருந்து பிஞ்சுகள் அரும்பும்
முற்றியிராத பருவமொன்றில்
அவளைக் கண்டறிந்தேன்
தனிமையின் சேற்றினைக் கழுவி
கனிந்துதிர்ந்த பழங்களும்
பூத்துதிராப் பூக்களும்
அடர்ந்திருக்கும் சோலைக்குள்
கூட்டிச் செல்கிறாள்
வேர்களின் அடியில் புதைந்திருக்கும்
வரலாறுகளை நிமிண்டி
பெண்களைப் பாடுகிறாள்
மூளை மயங்கிச் சரியும்
ஓர் இசைச் சாகரத்தையும் நிகழ்த்துகிறாள்
உள்ளுக்குள் நடுக்கமெடுக்கிறது
சிறுகுன்றெனச் சரிந்திருக்கும்
வீட்டின் பின்புறம்
குதிரைகள் கனைத்தடங்குகின்றன
வெளிச்சம் வெகுவாகக் குறைந்த அறையில்
புகைமூட்டத்தின் பின்னிருந்து ஒலிக்கும்
மந்திரச் சொற்கள் போல்
பாடித்திரிந்த ஆதிக்கதைகள்
சுழன்றாடுகின்றன
அவள் சுண்டுவிரலில்
என்னுயிரை முடிச்சிட்டவாறு
உறங்கியும் போகிறாள்
பின்னிரவில்
அவள் உடல்மீதே
ஊர்ந்து கொண்டிருக்கிறதென் பூச்சி.

ஐம்பொறி அற்றவன்

வெண்ணிற காகித மலர்கள்
கொட்டிக் கிடக்கும் முற்றத்தில்
நினைவற்று உறங்குபவனை
வெளிச்சத்தின் நீர் தெளித்து
எழுப்புகிறது அன்றைய விடியல்
விழித்து அமர்பவனுக்கு
ஐம்பொறி பற்றிய பிரக்ஞை எதுவுமில்லை
தேநீர்க் குவளையில் மொய்த்துக் கிடக்கும்
ஈக்களைப் புறங்கையால் விரட்டிவிட்டு
அருந்துகிறான் வலிகளையும்
கதகதப்பின் சுவை
நெஞ்சுக்குள் இறங்குகிறது
அருவெருப்பின் குளிர் அவனைத் தழுவ
மெல்ல நடக்கிறான் அவ்விடம் நோக்கி
அவனது தாழ்ந்த கைகளுக்குள்
உயர்ந்து நிற்கிறது
தேவ குமாரனின் வளைதடி
நடமாட்டமிக்கச் சாலையோரம்
துருப்பிடித்த மூடியைத் திறக்கின்றான்
தளும்பும் தண்ணீரில்
மஞ்சளாய்த் தெரிகிறது
ஆடையற்ற அவன் தேகம்
ஈரத்தில் நெந்த கால்களால் உள்ளிறங்கி
கண்களும் மூழ்க மூழ்குகிறான்
அடைத்திருக்கும் கழிவுகளை அள்ளி
தலைக்குமேல் வீசிவிட்டு
நறுமணம் கமழக் கடந்து போகிறான்
மல உருண்டையெனச் சுழல்கிறது பூமி.

ரொட்டித்துண்டும் பிசையப்பட்ட கனியும்

விருட்சங்களின் அடர்ந்த நிழலுக்குள்
ஒளிந்திருக்கிறது அந்த உணவுவிடுதி
சருகுகளைக் கிழிக்காமல் உள்நுழைகிறேன்
எல்லா அறைகளிலும்
வெட்கத்தோடு வீற்றிருக்கிறது வெளிச்சம்
எண் பொறிக்கப்பட்ட மேசையொன்று காலிலிடற
அமர்கின்றேன் அதனிருக்கையில்
அம்மேசை அதன் கால்களற்று
அந்தரவெளியில் அசைவாடிக் கொண்டிருக்கிறது
பற்றி இழுத்தும்
கைகளில் அகப்படாத அதன் அழகு
என்னை உள்ளீடற்றவளாகச் செய்கிறது
உணவும் உணவின் விலை குறித்தும்
சிந்தனையேதுமில்லை
காத்திருக்க ஆரம்பித்த விநாடிகளில்
பரிமாறப்படுகின்றன
ஒரு ரொட்டித்துண்டும் பிசையப்பட்ட கனியும்
ரொட்டியை விண்டு கனியில் தோய்க்கிறேன்
எதிர்த்திசையில் அலங்கரிக்கப்பட்ட
கண்ணாடித் துண்டங்களில்
பலவாய்த் தெரிகிறதென் முகம்
மெல்ல வாய்க்குள் திணிக்கிறேன்
ரொட்டித் துண்டு கரையக் கரைய
கண்ணாடிச் சில்லுகள் உடைபடுகின்றன
வாய்நிறைய காதல் கசியக் கசிய
வேறோருலகம் பயணிக்கிறேன்
பின்புறம் கையேந்தி நிற்கிறான்
உணவைப் பரிமாறியவன்.

முத்தத்தால் சாய்த்தல்

இளை பரப்பிப்
பூத்துக் குலுங்கும்
ஒரு மரமாகவே நில்
முத்தத்தின்
ரம்பம் கொண்டு
வேரோடு சாய்க்கிறேன்
உன்னை.

நான் அப்பாவின் மகள்

குளிரெடுக்கும் அதிகாலைப் பொழுதொன்றில்
பிளந்தெடுத்த செம்மரத் துண்டென
நான் பிறந்து வீழ்கிறேன்
கைகளில் ஏந்திக் கொள்கிறான் அவன்
நெகிழ்வாய் என்னைச் சுற்றியிருக்கும்
நஞ்சுக்கொடிக் கழிவுகளை
முளைக்கவியலா ஆழத்தில்
ஆழப் புதைக்கிறான்
சிறு புன்னகையோடு
திடுமென நிகழ்ந்துவிடும் ஒரு முத்தத்தில்
உள்ளொடுங்கித் தூளியிலே கிடக்கையில்
பூவின் சூல்கொண்டு
வேடிக்கைக் காட்டுகிறான்
மரப்பாச்சி பொம்மைகளின்றி
பார்த்துக் கொள்கிறான் என் பருவத்தை
கற்களின் இடுக்கில் புற்கள் முளைத்திருக்கும்
பாசி படர்ந்த கிணற்றில்
நீச்சல் பழக்குகிறான்
நின்றிருக்கும்
அவன் தோள் மீதேறிக் குதிக்கிறேன்
வேட்டையாடும்
விலங்கொன்றின் வேட்கையோடு
கிளையற்ற மரமேறவும் கற்பிக்கிறான்
பெரும்பாறையாய் நெடிந்துயர்ந்த மலைமீது
பிடிமானம் எதுவுமற்று ஏறச் செய்கிறான்
முடிவில் போதிக்கிறான்
எதிர்ப்பின் வாள்கொண்டு
எதிரியின் குருதி சுவைக்கவும்
அவன் என் தந்தை
அவன் என் கதாநாயகன்
நான் அப்பாவின் மகள்.

என் கவிதை

உயிர்ச்சுனையில் தவறி விழுந்து
பாறையிடுக்கில் செருகிக் கொண்ட
மீன் கொந்திய உடல்

பசியுற்ற புலியின்
வெறிகொண்ட வேட்டையென
நுகரப்படும் பெருங்காமம்

பிறப்புறுப்பு தைக்கப்பட்ட
பழங்குடிப் பெண்ணொருத்தியின்
இரத்தமாய் வெளியேறும் சிறுநீர்

ஓடும் பேருந்தில்
வல்லுறவு செய்யப்பட்டவளின்
வாதை நிரம்பிய கடைசி மூச்சு

மரமற்ற உச்சி வெயிலில்
கல் உடைக்கும் சிறுமியின்
ஒற்றை வியர்வை

தூக்கிலிடப்பட்டவர்களின்
பற்களுக்கிடையே சிக்கிக் கொண்ட
ஒரங்குல நாக்கு

மனநிலை பிறழ்ந்தவர்கள்
அள்ளிப் பருகும்
உள்ளங்கை சாக்கடை நீர்

திண்ணியங்களில்
என் வாயில் திணிக்கப்பட்ட
மலத்தின் ஒரு கவளம்.

கனி கொடாத முதல் மரம்

இல்லை நீ நினைக்கிறாய் போலில்லை
நன்கு முற்றிய விருட்சங்கள்
விதைகளுக்கென அரும்புவதைப் போல
எளிமையானவை அல்ல என் நோக்கங்கள்
இதயத்திலிருந்து மூளைக்கும்
மூளையிலிருந்து இதயத்திற்கும்
இரத்தம் சுழல்வதில் என்ன இருக்கிறது
கூடலின் கடினமான தருணத்தைப்போல்
விரிந்த கண்களை இருட்டுக்குப்
பழக்கப்படுத்துவதில்லை ஒருபோதும்
உருகிய மெழுகின் வெப்பம் கொண்டு
இரும்பின் வேரறுத்தல் எங்ஙனம்
இல்லை
துளி எச்சிலோடு பரிமாறப்படும் முத்தம்
வடக்கில் உதிக்காத சூரியனுக்குத்
தீர்வாகாது என்பதை நானறிவேன்
உன் அந்திம அணைத்தலைப் போல
தட்டையானதன்று என் உலகம்
சின்னஞ்சிறு சிட்டுக்குருவியின் மனதென
அத்தனை விசாலமானது அது
ஆதி மனுஷிக்கு முந்தைய
காதலைக் கொண்டது அவ்விடம்
இளைப்பாறலுக்கு அங்கு இடமில்லை
கடந்தவர்களின்
கடப்பவர்களின் தேசம்
இல்லை நீ நினைக்கிறாய் போலில்லை
அங்குதான் நான் வாழ்கிறேன்
பூவும் பிஞ்சும் உதிர உதிர
எழுகின்ற வனத்தில்
கனி கொடாத முதல் மரமாய்.

சுகிர்தராணி

கழிபெரும் காமம்

அவள்
துளிர்க்கும் கொடியைப்போல
என்மீது படர்ந்திருக்கிறாள்
மது வார்க்கப்பட்ட ஒரு குவளையெனப்
போதையின் வசீகரத்தில்
தத்தளிக்கிறது என்னுடல்
நீண்ட நேரம்
மதுவற்ற மதுவில் திளைத்திருந்தோம்
பறவைகள்
என் மறைவிலிருந்து பறக்கின்றன
அவற்றின் காமமேறிய முட்டைகள்
என் மஞ்சள்நிற தோலின் மேற்புறம்
கதகதப்பாய் மிதக்கின்றன
அவள் ஒவ்வொரு முட்டையாய்
உடைக்க உடைக்க
என்னுடல்
தெறிக்கத் தெறிக்கச் சிதறுகிறது
பிறகு
உடையாத மதுக்குவளையொன்று
என் மேசைமீது வீற்றிருக்கிறது
கழிபெரும் காமத்தோடு.

இரக்கமற்ற பெருங்கருணையின் சட்டம்

கசப்பு மருந்து குடித்த
குமட்டல்காரர்களைப் போல
அந்த மைதானம் முழுவதும்
நிரம்பியிருக்கிறீர்கள்

உங்கள் வாய்கள்
பற்கடிப்பான சொற்களையும்
அச்சடிக்கப்பட்ட புனிதநூலையும்
மிதமான வேகத்தில் மெல்லுகின்றன

உங்கள் கண்கள்
அந்தியின் ஆற்றில் குளித்துக் கரையேறும்
சூரியனின் மறைவையும்
முழுவதும் கருப்பாகிப் போன
நாளின் நிலவையும்
காண்பதான பாவனையில் திளைக்கின்றன

உளுத்துப்போன மரக் கட்டைகளென
நின்று கொண்டிருக்கும்
உங்கள் இதயங்களில் இரத்தம்
ஒரு துளியேனும் சுத்திகரிக்கப்படவில்லை

நீங்கள் ஒரு கொடுங்கனவை
விழித்த பகலில் நிகழ்த்துகிறீர்கள்

என் இறுதிமூச்சின் ஒலிவடிவம்
இனி உங்கள்
செவிகளுக்கு எட்டப் போவதில்லை

மண்டியிட்டு அமர்ந்திருக்கும் என் கழுத்தில்
இறங்குகிறது உங்கள் புராதனக் கத்தி
துண்டிக்கப்பட்டு உருண்டோடுகிறது
உங்கள்
இரக்கமற்ற பெருங்கருணையின் சட்டம்.

வீட்டுப் பணிப்பெண்ணாகப் பணியாற்றியபோது சௌதி அரேபிய அரசால் தலை துண்டிக்கப்பட்ட இலங்கையைச் சேர்ந்த ரிசானா நஃபீக் நினைவாக.

இப்படிக்கு ஏவாள்

இப்படியே இருக்கட்டும் இந்த இரவு

அமைதியின் இசை ஏதெனப் படிந்திருக்கும்
ஒரு பள்ளத்தாக்கினைப் போல
அதன் பச்சையத்தைப் போல
அதன் அறுத்தெடுத்து ஓடும் நதியைப் போல
அதன் ஆழத்தைப் போல
இப்படியே இருக்கட்டும் இந்த இரவு
கெட்டிப்பட்ட நீருக்குள்
உறைந்திருக்கும் சிறு பூச்சியாய்
இதயம் துடித்துக் கொண்டிருக்கிறது
இந்த இரவின் சூடு
கண்ணீரை ஆவியாக்குமாவெனத் தெரியவில்லை
பறவைகள் தம் கூட்டுக்குள்
புரண்டு படுக்கும் ஓசை
கேட்டுக்கொண்டே இருக்கும் இத்தருணத்தில்
உன்னை நினைப்பது மட்டுமே இயலும்
உன்னையே நினைத்துக் கொள்கிறேன்
துயரின் விளக்கு கொஞ்சங் கொஞ்சமாக
அணையத் தொடங்குகிறது உன் வெளிச்சத்தில்
அன்புக்காகவும்
ஒரு துண்டு முத்தத்திற்காகவும்
நூற்றாண்டுகாலம் காத்திருப்பது மிகையானது
ஆயினும் காத்திருத்தலின் அச்சில்
சுழன்று கொண்டேயிருக்கிறது நெஞ்சம்
அதன் நியாயங்கள்
தராசுத் தட்டில் இறங்கியே நிற்கின்றன
இப்போதைக்கு
அன்பின் துணிகொண்டு என்னை மூடு
குழந்தையை அணைப்பது போலல்லாமல்
மூர்க்கமாக அணைத்துக் கொள்
உதடுகளால் உதட்டுக்குள் முத்தமிடு
இந்த இரவு இப்படியே இருக்கட்டும்.

ஒருசோடி செருப்பு

நினைவு தெரிந்த பருவத்திலிருந்து
இங்கேதான் அமர்ந்திருக்கிறேன்
வலியின் கசப்பை மென்றபடி
நின்றிருக்கும் பெருமரத்தின் நிழலைத்தான்
கையளித்துச் சென்றிருக்கிறார் என் தந்தை
இங்கேதான்
இந்த நிழலில்தான் அமர்ந்திருக்கிறேன்
சூரியன் தரையிறங்கி வந்தாற் போல
குதூகலத்துடன்
என்னைத் தழுவிக்கொள்ளும் கோடையோ
என்மீது பூ உதிர்த்து முத்தமிடும்
கொன்றையின் வசந்த காலமோ
இங்கேயேதான் என் வாழ்வு
தடித்த மழைத் துளிகளைக் கோத்தபடி
ஊசியெனப் பாயும் கார்காலத்தில்
நனைகின்ற மரத்தின் பின்புறம்
நானும் நனைகின்றேன்
கொம்புடைய மானை விழுங்கும்
ஒரு மலைப்பாம்பைப் போல
அன்று முழுவதும்
பசி என்னை விழுங்கும்
வாழ்வின் துயரோடு சொல்கிறேன்
இந்த மரம் வெட்டுப்பட்டு போகட்டும்
என் மகளுக்கு வேண்டாம் இதன் நிழல்
விடுதலை உரிமை வர்க்கம் என
ஓங்கிய குரல்கள் என்னைக் கடந்துபோக
கடப்பவர்களின் கால்களையே
பார்த்துக் கொண்டிருக்கின்றன என் கண்கள்
குத்தூசி நூலோடு காத்திருக்கும் எனக்கு
ஒருநாள் கழிய உடனடியாகத் தேவை
அறுந்துபோன ஒருசோடி செருப்பு.

இப்படிக்கு ஏவாள்

ஓராயிரம் துளைகள்

படைக்கப்படும் கணத்திற்கு
சற்று முன்புவரை
வரிசையில் நின்றிருந்து
வாங்கி வந்தேன்
நவதுளைகளும்
அடைக்கப்பட்ட
எனதுடலை

உண்ண
உறங்க
சுவாசிக்க
புணர
பெரும் துயரமாயிருக்கிறது

உயிரின் நீண்ட கழிகொண்டு
துளைகளிடுகிறேன்
உடல் முழுவதும்
ஓராயிரம் துளைகள்.

அவனை அருந்துதல்

தன் உடலோடு பொதிந்து கிடக்கும்
ஆடையை அவிழ்க்கிறான் அவன்
வளைந்திராத கழுத்து கொண்ட
கண்ணாடிக் குப்பிக்குள் தளும்புகிறது அது
தோலுரிக்கப்பட்ட மரத்தின் தண்டென
அவனிரு தோள்கள் மிளிர்கின்றன
தேர்ந்த ஓவியனின் வண்ணப் பூச்சாய்
மினுமினுக்கிறது அதன் மேற்பரப்பு
அவன் மெல்ல நெருங்குகிறான்
குப்பியிலிருந்து குவளைக்குள்
தன்னைச் சரித்துக் கொள்கிறது அது
அவனுக்குள் காதலின் கங்கு
ஒரு வெண்பூவெனப் பூத்திருக்க
உறைந்த நீரின் இரகசியத்தைத்
தன்னுள் இட்டுக் கொள்கிறது அது
சிதைந்த நீராவியின் ஓசையென
வீசுகிறது அவன் மூச்சு
நுரைத்துப் பொங்கி வழிகிறது அது
அவன் உதட்டினுள் முத்தமிடுகிறான்
குவளையினுள் மட்டம் குறைகிறது
ஸர்ப்பத்தின் எலும்புகொண்டு
அணைக்கிறான் அவன்
தொண்டைக்குள் நெளிந்து நெளிந்து
உள்ளிறங்குகிறது அது
பின் வியர்வை உதிரும் உடலின் இசையை
அவன் இசைத்துக் கொண்டிருக்கையில்
காகிதமெனப் பறக்கிறது அது
இறுதியில்
நான் அவனை அருந்தியிருந்தேன்
மது என்னை அருந்தியிருந்தது.

அம்மாவின் வானம்

அம்மா குளித்துக் கொண்டிருக்கிறாள்
பெருமழையில் நனையும்
கிளையற்ற ஒரு மரத்தைப் போல
அவள் குளிப்பதை
நான் கண்டதேயில்லை இதுவரை
நிறைமாத வயிற்றைக் கத்தியால் கீறி
சிசுவை அகழ்ந்தெடுக்கும் பரவசத்துடன்
பார்க்கிறேன்
தும்பியின் பாரம் தாளாது
வளைந்திருக்கும் கோரைப் புல்லென
அவள் முதுகு
கரடு தட்டிக் காய்த்திருக்கிறது
எவ்வளவு சுமைகளைச் சுமந்திருக்கும் அது
ஆடையில் பூப்பின்னலை அழகாகச் செய்வாள்
அதுதான் அவள் வாழ்க்கை
அதை விற்றுத்தான்
எங்களைப் பிழைப்பூட்டி இருக்கிறாள்
அப்போதிலிருந்துதான்
வளைய ஆரம்பித்திருக்கும்போல
அப்பாவுக்குக் காதலூறும் போதெல்லாம்
எவ்வளவு அழுந்தி
மூச்சு திணறியிருக்கும் அவள் முதுகு
அப்பாவின் அடிகள்
வாழ்வின் வலிகள்
புறஞ்சொற்கள் கனவுகள்
எல்லாவற்றையும்
அங்கேதான் சேமித்து வைத்திருக்கிறாள்
துடைக்கப்படாத ஈரத்துடன்
பின்புறமாக அணைத்துக் கொள்கிறேன்
இப்போது எனது கவலையெல்லாம்
எப்பொழுதோ விழப் போகும்
என் கூன்முதுகு பற்றித்தான்.

சுகிர்தராணி

வீடு திரும்புதல்

பித்தேறித் திரிந்து கொண்டிருக்கிறோம்
பேச்சும் எழுத்தும் ஆயுதங்களென
ஊதும் திசையில் உருளுமென்றும்
கைப்பிடிக்குள் அடங்கிவிடும் உலகம்
இதுவென்றும் நம்புகிறோம்
களிமண்ணில் பொதித்த மின்மினிப் பூச்சியாய்க்
கிராமங்கள் இனி மின்னும்
பள்ளங்கள் நிரப்பப்பட்ட சமூகம் சாத்தியமெனப்
பலவாறாய் உரத்துப் பேசுகையில்
மக்கள் கூடுகிறார்கள்
தேரீக் கடையொன்று முளைக்கிறது
மறுநாள் சமைத்தலின் அரிசியில்
கல் பொறுக்குகிறார்கள்
குழந்தைகள் உறங்கிப்போய் விட்டன
ஆண்கள் படுத்துக் கொண்டே
உரை கேட்கிறார்கள்
மரக்கிளைகளில் அமர்ந்திருப்பவர்களுக்குக்
காக்கைகள் காணக் கிடைக்கவில்லை
விடிந்ததும்
உயர்ந்து நிற்கும் நெற்குதிர்களையும்
கழுவி விடப்பட்ட காற்றையும்
தத்தம் வீடுகளுக்குக்
கொண்டு சேர்ப்பது பற்றிய கவலை
மக்களை வாட்டுகிறது
முடி திருத்தும் நிலையம் ஒன்று
இந்த நேரத்திலும் திறந்திருக்கிறது
சிதையில் எரியும் பிணத்தின் விரைப்பென
எல்லோரும் கைதட்டுகிறார்கள்
மேடையைவிட்டு
நாமிருவரும் கீழிறங்குகிறோம்
வரிசை தப்பி மக்கள் கலைகிறார்கள்
நீ ஊருக்குள் போகிறாய்
நான் சேரிக்குச் செல்கிறேன்.

நீ நான் கவிதை

வற்றாமல் நீர் ஒழுக்கும்
ஓர் ஊற்றின்
கண்டறியா மூலம் நீ
மூச்சை உள்ளிழுத்துப் பாயும்
ஒரு நதியின்
கடல் சேரும் மெல்லிடம் நான்
நமக்கிடையே ஊடாடுகிறது
இணைதேடும் பாம்பின் அசைவென
இக்கவிதை.

ஆறு என்பது என் பெயர்

நிலவு பகல் நேரத்தில் தெரிவதில்லை
சூரியன் சிவப்பாக இருக்கிறது
என்பதைப் போலவே
நான் இங்கேயேதான் இருக்கிறேன்
எப்போது பிறந்தேன்
எப்படி வளர்ந்தேன்
பருவம் எய்திய போது
அள்ளி அணைத்து முத்தமிட்டது யார்
நானறியேன்
சரியாத பனிமலையின்
இடையறாத ஒழுக்கைப் போல
நான் இலையாய் ஓடுகிறேன்
அலையாய்ப் பூக்கிறேன்
நுரையாய்க் காய்க்கிறேன்
உடலெங்கும் மணலாய்க் கனிகிறேன்
இராக்காலத்தின் உனது கைக்கொடி போல
எல்லா இடங்களிலும் படர்கிறேன்
என்னை அணைக்கிறாய் தின்கிறாய்
இரண்டாகப் பிளக்கிறாய்
என்னுள் நீராடுகிறாய்
மலையிடுக்கில் நுழைந்து வெளியேறுகிறேன்
உன் விருப்பம் போல வளைக்கிறாய்
என் அடிமடியில் கைவைத்து
பழுத்திருக்கும் மணற்பழங்களை
காம்போடு பறித்தெடுத்து ஓடுகிறாய்
உடல் வறண்டு நா உலர்ந்து
இரத்தமற்ற நாளமாய் நிற்கிறேன்
நான் நீரின் கல்லறை.

அன்புக்குப் பிந்தைய அன்பு

பருவம் தப்பிய பருவமொன்றில்
சொற்களற்ற குழந்தையாய்
நீந்திக் கொண்டிருக்கிறேன் உன்முன்
என் குளம் நிரம்பி வழிகிறது
முளைத்தலுக்காக
என் மார்பின் நிலம் வெடிப்புற்ற போது
என்னைக் கடைசியாகக் குளிப்பாட்டிய
தாயைவிட சாலச் சிறந்தவள் நீ
சூரியனுக்கு அப்பாலும்
கை துழாவிப் பார்க்கிறேன்
அங்கேயும் தட்டுப்படுகிறாய்
மழை உருண்டையாய்ப்
பெய்து கொண்டிருந்த என்னை
சன்னமான தூறலாக்குகிறாய்
காட்டாறென ஓடியவளுக்கு
இரு கரைகளாகி நிற்கிறாய்
உன் அன்பு வலியது
அலைகளைச் சிதறடிக்கும்
கடற்காற்றென வீசுகிறேன்
உன் அன்பு மென்மையானது
பிறந்த குழந்தையின்
சிவந்த தசையென வாழ்கிறேன்

சுகிர்தராணி

உன் அன்பு கொடியது
உயிரொடுங்கி உடலொடுங்கி
மோன நிலையில் நிற்கிறேன்
உன் அன்பு இனியது
உயிர் மலர்ந்து உடல் குளிர்ந்து
நிலமாகி களிக்கிறேன்
வாழ்தலையும் சாதலையும்
ஒருசேரக் காட்டும் உனக்கு
இக்கடைசிக் கவிதையைப் பரிசளிக்கிறேன்
இனியென் கை எழுதாமல் போகட்டும்
உனதன்பும்
அன்புக்குப் பிந்திய அன்பும்
பரிபூரணமானது.

பெண்பாற் கூற்று

வெகுதூரம் ஓடிய
விலங்கொன்றின் உலர்நாவென
தரையோடு வற்றிவிட்டது உறைகிணறு
ஒற்றை உடலோடு உறங்குமிந்த இரவு
உவப்பாக இல்லை
என் பாதிப் புன்னகைக்குப் பின்னே
சொல்லப்படாத கதையொன்று இருக்கிறது
அவனை மிகவும் விரும்புகிறேன்
சீராக நறுக்கப்படாத அவன் மீசையையும்
என் கவிதைகளைச் சிலாகிக்கிறீர்கள்
குழந்தைகள்மீது பெருவிருப்பம் எனக்கு
ஆயினும் கருத்தரிக்க இயலாது
கூந்தலை வெட்டிக் கொள்கிறேன்
உதட்டில் ஊறும் முத்தங்களை
அவ்வப்பொழுது உமிழ்ந்து விடுகிறேன்
வேறென்ன செய்ய
இறந்து போன அப்பாவைப்
பார்க்க வேண்டும் போலிருக்கிறது
சிறுமிகளுக்கு
மாலை நேர வகுப்பெடுக்கிறேன்
கள்ளக்காதல் என்னும் சொல்லின்
பின்னுள்ள வலி புரிகிறது
இந்தக் கவிதையில்
மர்மங்கள் எவையுமில்லை
அகழ்ந்தெடுத்தல் புராதனச் சோதனை
எவையும் வேண்டாம்
வேண்டுமானால்
என்னை ஒழுக்கங்கெட்டவள்
என்று சொல்லிக் கொள்ளுங்கள்.

ஆசிரியரின் காலச்சுவடு வெளியீடுகள்

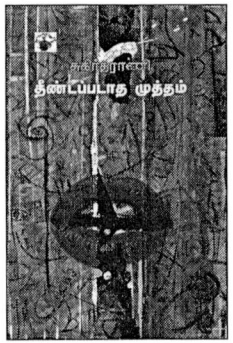

தீண்டப்படாத முத்தம்
(கவிதைகள்)

ரூ. 100

காமத்திப்பூ
(கவிதைகள்)

ரூ. 100

அவளை மொழிபெயர்த்தல்
(கவிதைகள்)

ரூ. 100

இரவு மிருகம்
(கவிதைகள்)

ரூ. 100